பின்னங்களின் பேரசைவு
(Alba Mundi)

01 கழுமரம்

தனுகு
நுகத்தடி செய்யும் மரம்
என்று
அறிமுகப்படுத்தினான்
தகப்பன்
கழுமரம் செய்த மரம்
என்றான்
கன்னத்துத் தசை துடிக்க
பாட்டன்

02

ஒரு நாயின் தாடை எலும்பு
பாதிப் புதைந்தபடி எஞ்சி
இருக்கிறது
நஞ்சூறிய இவ்வுலகுக்கு
நீ கொஞ்சம்
விசுவாசமற்றுப் போனால்
என்ன குறைந்து விடும்?

03 மீட்சி

பறவைகள் வானிலிருந்து
உதிர்வதில்லை
அவை
தம் கூடடைகின்றன.

04

கடலின் சமதளம்
அதிகாரத்தின் கருணை
காதலின் சமாதானம்
யாவும் தோற்றப்போலிகள்

நேசமித்ரன்

05

நீ திகைக்க ஏதுமில்லை
நீ போவதற்கு முன் இருந்த இடம்தான்
என்று சொல்லி இயல்பாக்கவே
இத்தனையும்
ஆனால்
இயல்பென்பது
எவ்வளவு பெரிய பாவனை!

06

தீவிலிருந்து கரைக்கு
மிதந்து வரும்
விதைகளுக்கு மட்டும்தான்
முளைக்க முடிகிறது

07

உள்ளாடை நனைந்த வான்
கலாப விசிறி
குளம் சாணைக்கல்
அன்பின்
விதையுறக்கம்
சமிக்ஞைக்கு காத்திருக்கிறது
சகலமும்

08

அலையின் நிழல்
அலை மீது விழுந்து
உருவழியும் கணம்தான்
இடைவெளிக்கும்
இழப்புக்கும்
உள்ள தூரம்

09 நிலா

உலகின்
முதன் முதல் கொன்ற
எருதின் தோலியில்
செய்யப்பட்ட ஆதிப்பறை
மாண்ட காதலர் சிதைப் புகை
அதன் கறை
திமிறி வாழ்ந்தோர்
முழக்கிய களித் தடம்
அதன் இசைமுகம்

10

ஒரு பவுன் தங்கம்
தான் தோண்டப்பட்ட நாள் முதல்
எத்தனை கழுத்தின் உதிரம் பாய்ந்து
காக்கப் பட்டு
மினுங்குகிறதோ
ஒரு பேரழகியின் புன்னகை
எத்தனைக் கண்ணீர்த் துளிகளுக்கு
அப்பால் ஒளிர்கிறதோ
மரணத்தின் ரகசியம் எப்படி
அத்தனை உதடுகளின்
முத்தங்களினாலும் ஒளிக்கப்படுகிறதோ
அப்படி அணைந்ததுவோர்
கலவி

நேசமித்ரன்

11

ஈரப் பிசுக்குள்ள பாறை
கொக்கின் முள் கால்
ஓடையில் மிதந்து வருகிறது
இப்போதுதான் உதிர்ந்த மலர்
தூண்டிலைத் தவிர
சகலத்திலும் கண்

12

நிரவித் தீராத
பள்ளங்களோடு
சுழல்கிறதென் கிரகம்
ஒளியோ
பல்லாங்குழி ஆடிக் கொண்டிருக்கிறது

13 காமம்

பறவை வாசனை
முற்றிலும் தீர்ந்து விட்டது
இப்போது
உனக்கு எஞ்சியிருப்பது
வெறும்
வண்ணம் மட்டும்தான்

14 துயிலெழுதல்

வானம்
முகம் கழுவி துடைத்ததும்
புருவ மயிர்
மெல்லிசாய்க் கலைந்திருக்கிறது
பறவைகள் அமர்ந்திருக்கும்
மின்கம்பி நிழல்
விழும்
மழைநீரில்

நேசமித்ரன்

15

படகாய் வந்து
ஓலங்களை
அமைதிக்கு மீட்ட
அதே மரம்தான்
அத்தனை கிளைகள் இருந்தும்
அறுக்கும்போது
மௌனமாய் நின்றிருந்தது

16

ஞாயிற்றுக் கிழமை
மதியத் தூக்கம்
இடைவேளையில்
கொடிக்கம்பி மேல்
A எழுதிப் பழகும் கிளிப்புகள்

17

மேகங்கள்
தமக்குக் கால் முளைக்கும் போது
தலை இல்லாமல் போவது குறித்து
அறிந்தே
மீண்டும் மீண்டும் பிறக்கின்றன
ஆக முயல்வதே வாழ்வு

18

குழந்தையைச் சுமப்பவளின்
காலடிச்சுவடு
ஆலங்கட்டி நிரம்பும்
கடற்கரை
கல்கண்டுத் தட்டு
எறும்பு வரிசையில்
விதி

19

வழி தவறிய
பறவைகள் தான்
புதிய காடுகளை
கண்டடைகின்றன

20

உப்புவயல்கள் சிவக்கச் சிவக்க
சுரணையைச் சுட்டு
சாவாலையின்
மலர்ப் பூங்காக்களுக்கு உரமிட
உத்தரவு செய்தோரை
பீடிக்கட்டும் ஊழ்

உரிமைக்காய் வாதிட்ட
பிஞ்சின் வாயில் சுட்டவன்
சந்ததிக்கும் சாரட்டும்
அவளின்
இறுதிச் சாபம்

இன்று தூத்துக்குடி
நாளை தஞ்சை
Combing operation துவக்கம்
உதிரப் பலிக்கு முன்னோட்டம்
ஊளையிடும் வேட்டை நாய்கள்
சதுக்கமா இவ்வூர்
கெடுக கொற்றம்
அழிக அழிக
சாவை இயக்கிய ரேகைகள் யாவும்

21

பழைய ரப்பர் செருப்பு
பின்னங்காலில் தட் தப் என்று
அறைகிற சப்தத்துடன்
துவங்குகிறது மழை.
மெல்ல கண்ணாடி உண்டியலில்
நாணயம் விழும் சப்தம்.
பிறகு ஒரே பொருளை
மீண்டும் மீண்டும் சொல்லி
அடம் பிடிக்கும்
குழந்தையின் கேவல்.
இப்போது காற்றுடன் சேர்ந்து கொண்டு
ஈயப் பாத்திரத்தில்
பால் பீய்ச்சும் சப்தம்.
தையல் எந்திரத்தின்
சக்கரச் சுழற்சி.
மெல்ல கலவியின் போது
நெட்டி முறியும் க்ளுக்.
இப்போது புறா
அமரும் இசைமை.
சொரசொரத்த விலங்கின்
நாவு வருடலாய்
உணர மட்டும் முடிகிற தீண்டல்.

22

சன்னதம் வந்தவள் பேசும்
'கெட்ட வார்த்தை'
இசையின் ஒத்தடத்தில்
பதங்கமாகும் வலி
உன் முத்தம்

23

குருஷேத்திர யுத்தத்தை
சஞ்சயனின் கண்கள் வழியாகத்தான்
எங்கள் திருதிராஷ்டிரர்கள் பார்த்துத் தெரிந்து
கொண்டார்கள்
சஞ்சயனுக்கோ சாளேஸ்வரம்
ஆம்! சிசிடிவி வழக்கம் போல்
குனிந்த தலை நிமிரவே இல்லை

24

சின்னப் பிசகு
தாயத்திற்குப் பதில்
பன்னிரெண்டு விழுந்திருக்கிறது
நீரில் தெரியும்
வானில்

25

செம்புழுதி பறக்கும் காடு
பனையோலைச் சரசரப்பு
கௌதாரி கதறல்
செம்போத்து கனைப்பு
கரிச்சான் அழைப்பு
புடவுக்குள் இருந்து கிளிக்குஞ்சுகள்
சாம்பல் குருவிகள் சிணுங்கல்
செங்குளவி ரீங்காரம்
கழுகு வட்டம் சுருங்குகிறது
பஞ்சுருட்டான்
றெக்கைக்குச் சிக்கெடுக்கிறது

26

நம்
குரல்களை
செவிடர்களுக்கு மொழி பெயர்க்க
செத்துக் காண்பிக்க வேண்டியிருக்கிறது

நேசமித்ரன்

27

கோவில் யானையின் மரணத்தில்
யானைகளைப் போலவே
எந்தக் குழந்தையும் இருப்பதில்லை

28

இந்தத் தழும்பு எப்படி? என்று கேட்டு
முத்தமிட்ட
ஈரத்தின் மினுமினுப்பைப் புசிப்பது
ஆற்றின் மீது
ஒளி அட்சதை
ஏந்துதல்

நேசமித்ரன்

29

விழுங்க முடியாத தூரம்
ஆனாலும்
பூக்கிறது மலர்
நிலா கண்டதும்
உயர்கிறது
பௌர்ணமிக் கடல்

30

சிகரங்களை வருடுகிறது
வானத்தின் மேக நாக்கு
சரிவுகளில் முத்தக் காளான்
பள்ளத்தாக்கில் உயர்ந்த
கூந்தல் பனை
பூக்கிறது

31

பனிக்குகைக்குள்
ஒளியாய் ஊர்ந்து
ஒரு
பறவையாய் வெளியேறுகிறது
ஒரு
பைத்தியத்தின் கடிகார முள்

32

நீர்த்தளம் தொட்டு நிற்கும்
கிளையமர்ந்திருக்கிறது
இரையுண்ட
என் அன்பின் பறவை
அதற்கு

மேலே ஒரு வானம் உண்டு
கீழே நதி
பக்கவாட்டில் கரை

33

முத்தமும் சிலுவையும்
இணை பிரியாதவை
முத்தமிட்டு
சிலுவையில் அறைந்தாலும்
சிலுவையிட்டு
முத்தம் பறந்தாலும்

34

‘உள்ளப்படாத திரு உரு’
என்கிற மனநிலையும்
‘ஆசைமுகம் மறந்து போச்சே!’
என்று பாடிய பித்தும்
இணைகோடுகள்தான்
நீரில் ஊறி வெளிறிய பாதம்
கரையேறும் போது
மரத்திருப்பது அது
சொற்களற்ற
உரையாடல் தருணம் அது
இன்மை எல்லாப்பொழுதும்
இன்மை அல்ல
சற்றே அதிகமாய் இருப்பதும்தான்
பெரிதும் அருகாமைதான்
மீப்பெரும் கற்பிதம்

35

*சலூன் கண்ணாடியின்
கண் வாங்கி
அறுந்து விழும் மேகங்களை ரசிக்கிறது
ஒரு
தாகங்கொண்ட பறவையின் கண்*

36

வாதம் கண்ட வானத் துண்டாய்
மின்னாத ஒரு கோள்
காத்திருக்கும் விடுப்புக் கிழமை
காணாமல் உறைந்து போய்
காளான்கள் வளரும் வனத்தின்
கடிகாரம் நிலா

37

தனதற்ற குழந்தையிடம்
முத்தம் பெறும் பெண்
முகத்தில் பொலிவுறும்
புளகம் வாய்த்திருக்கிறது
காதலர் அதிகம் கூடும்
பூங்காக்களில் இளைப்பாறும்
முதிய தம்பதியின்
புன்னகை ஊடிய
கண் உரையாடல்களில்

38

ஒரு புதிதாய் வெளியிடப்பட்ட
நாணயத்தை
பார்வையிழந்தவன்
தடவி அடையாளம் வைப்பதாய்
பூத்திருக்கும்
அதன் இலையை
வருடிப் பார்த்துக் கொண்டிருக்கிறது
காற்று

39

இறந்தவர்களின் நகைகளை
அடகு வைத்த இரவு
ஓர்
உடைந்த பாலத்தின்
மூழ்கும் துண்டாய்
சுவடுகளின் பாரத்தை
கரைத்துக் கொண்டிருக்கிறது
விசும்பல்களிடையே

பின்னங்களின் பேரசைவு

40

மரணம்
எல்லோரிடத்தும்
புலியாய் வருவதில்லை
சிலரிடம்
கழுதைப்புலிகளாய்
எஞ்சியதையும் மிஞ்சியதையும்
தின்ன வருகிறது

41 மௌனத்தின் சுருதி

பியானோ கட்டைகளின் மீதொரு
வண்ணத்துப் பூச்சி
பாரமற்று அமர்ந்து
காலத்தை
இசைக்கிறது

42

இந்நிலத்தில்
இருதயத்திற்கு வேண்டும்
ஒட்டகத்தின் குளம்புச் சதை

43

தூக்குக் கைதியின் முகமறைப்பாய்
மின்கம்பி காகத்தின் பிரேதம்
இறுதியென அறிந்து
புணர்ந்தவள்
விட்டுச் சென்ற கைக்குட்டை

44

இதே வானத்தின் கீழ்
என்றேனும் சந்திப்போம் என்று
சொல்லிப் பிரிந்த நாளில்
கையறு நிலையைக் காட்டிலும்
உன் மீதான புதிர்மை
இன்னும் கூடியது.
நிழல்களை உற்றுப் பார்க்கும்
வழக்கமுள்ள ஒருவன்
இத்தனை நெடுங்காலத்தில்
எத்தனை உருவங்களில்
உன்னைத் தேடுவான் என்பது
உனக்குப் புரிந்தே இருக்கும்.
ஒரு பண்டிகை நாள்
நெரிசலில் கழிவறை அருகே
உறங்கிப் பயணிக்கும் ஒருவன்
கனவில் நீ வந்து போனது
எந்த ஊர், அல்லது
அதே ரயிலில் எந்தப் பெட்டி

45 குழிமுயல் உறக்கம்

செம்படவனின்
படகு ஈரம் காணா
கடல் பருவம்
வலியைக் கர்ப்பம் சுமந்து
காத்திருத்தல்
ஒரு வேலைநாளில்
எல்லோரும் போன பிறகு
சிறுவர்களுடன்
கிரிக்கெட் விளையாடும்
இல்லத்தரசியொருத்தியாய்
தளர்ந்த சொற்களில்
சுடோகு ஆடிக் கொண்டிருக்கிறான்
மோப்பத்தில் நினைவிலிருக்கும்
ஒருவனின் வருகையை
எப்போதும் எதிர்கொள்ளும்
வீதியை
அவன் அறிந்திருக்கிறான்

46

இருவாய்ச்சியைப் போல்
தொண்டை நிறைய கனிச்சாறோடு
நாடோடியாய்த் திரிதலை விடவா
பிடித்து விடப் போகிறது
நீ சொல்லும்
ஹம்சதூளிகா மஞ்சமும்
மயிலாசனமும்?

நேசமித்ரன்

47

ஒரு பலூனின்
பலகீனமான பிரதேசங்கள்
கூடுதலாய் ஒளிர்வது இயல்புதான்
உறவுகளில்
நாடகீயமான தருணங்களை
கையாளும்போது
நமக்கு இக்கவனம் தேவையாய் இருக்கிறது
லீமா
சிகரெட் கங்கு
கை சுடும் மோனமும்
அபத்தமானதென்பதை உணர்ந்திருக்கிறாயா?
நிலவின் வெளிச்சப்பாடு
கூடிக் கொண்டே போகிறதே என்றான்
ஏதோ புரிதலுடன்
தலைசாய்த்துப் பார்த்தான் நதீம்

பின்னங்களின் பேரசைவு

48

கார்த்திகைத் திருநாளில்
தாமதமாய்க் கூடு திரும்பும்
பறவைக்கு
வீடுதோறும் கண்கள்
மழைத்த பகலை
உலர்த்தவியலாமல்
தளர்ந்து அறைமீளும்
தனியன் ஒருவனுக்கும்

49

தோமா வருடிய சிலுவைக்குழி
நிறைவின் விசும்பல்
மழைநாளின் கூடு உலர்வதாய்
இலகுவாக்கிக் கொண்டிருக்கிறது
மார்புகளைக் கனமாய் உணரும்
தீக்குச்சி மரத்தின்
மிருது போதாமை
ஒரு பாறுக் கழுகை
மின்விசிறியாக்கித் தொங்க விட்டிருந்தது
பலிக்கு முந்தைய கணம்
தப்பித்த மறி தாகித்து அருந்தும்
சுனை நீர்
உன் மீள் வருகை

50

காய்ச்சக் காய்ச்ச
கெட்டித்துப் போகும் சீம்பால்
உள்ளே ஊற ஊற
வெளிச்சம் பெருகும்
அந்த மென்னகை
மீண்டும் மீண்டும்
எடுத்துப் பார்த்துவிட்டு
ஒளித்து வைக்கும்
பரிசளிக்கப்பட்ட உள்ளாடையை
ஒத்தது
திரும்பியிருந்த கணத்தில்
வழங்கப்பட்ட முத்த கணத்தை
மீள நினைவுக்குக் கொணர்வதும்
நழுவித் தொலைவதுவும்
விமான நிலையத்து நகரும்படிகளின்
முதல் எட்டுக்குத் தடுமாறும்
முதுமகளொருத்தியின்
கனிந்த உள்ளங்கை நடுக்கம்
இந்த அன்பின் திகழ்ச்சி
அஞ்சலி சுவரொட்டிகளின்
களமாகிய
கைவிடப்பட்ட மண்வீட்டுக் கதவு

நேசமித்ரன்

ஒருநாள் திறக்கப்படுவது
அன்பைப் போன்றதொரு நடத்தையை
இயல்பாய் தீண்டிச் சொன்ன தருணம்
சகுனம் பிறழ்ந்து
பலிக்குத் தப்பிய உயிரை
அணைத்துக் கொள்ளும் சிறுமியாய்
இவ்வாழ்வை
இன்று தழுவிக் கொள்கிறேன்
தான் நிகழ்த்திய
முதல் பிரசவத்தின் புளகத்தோடு
வீடு திரும்பும் மருத்துவப் பெண்
தன் ஆடையின்
புதிய வாசனையை ரசிக்கிறாள்
கோடைகாலத்தின் சூரியன்
பூமியை பிரியத் தயங்கி
கடைசிப் பூவும் வாடும் வரை
கண்டபின் பிரிகிற நாளாய்ப் போயிற்று
விபத்துக்குள்ளான பேருந்திலிருந்து
இறந்த ஜோசியனின்
கிளிக் கூண்டைத் திறந்து விடுகிறார்
மீட்புக் காவலர்

51 'அமாயாவின் ஏழுநிலவுகள்:'

[திருநங்கையாதல்]

01 மிடறுதோறும் எரியும் நோயினன்
தரும் முத்தத்தின்
உலர்வுள்ள யோனியால்
உன் காமத்தைப் பிரசவித்தேன்
முட்டை ஓவியப் புன்னகை விரிய
நிணம் மணக்கும் உன் இருப்பு
என் கண்பார்க்கும் போதெல்லாம்
ஒரு கசங்கிய பாலித்தீன் எரிகையில்
சுருங்குவதாய்த் தளர்ந்து கொண்டிருக்கிறது
வழங்கியிருக்கக் கூடாத
நிபந்தனைப் பிணையின் இந்நாளில்
அச்சிறுமியின் சாம்பல்
கரைந்து போயிருக்கக் கூடும்
நிரப்பவே முடியாத பாண்டமென
ஒரு பழி தாகித்திருக்கிறது...
அதன்முன்
ஒரு வாழ்வின் மரணம்
ஒரு புன்னகையை
உள்ளிழுத்துக் கொள்வதைக் காட்டிலும்
அதிக எடையுள்ளதல்ல

நேசமித்ரன்

அறுக்கப்பட்ட பாகத்தின் இரத்தம்
என் விடாயுதிரத்தின் அடர்த்திக்கும்
குறைவே
வலியில் நீ முகம் சுளிக்கையில்
நசுக்கப்பட்ட இலைப்பூச்சியின்
பச்சைய நெடி மெல்லப் பரவுகிறது

02 மரக்காலின் அதிர்வு படரும்
மார்பகங்களின் மீதான
நற்கருணையிருந்தது
இப்புயல் நாளின்
இரவைப் பகிர்ந்த தோழி
உன் உதடுகளுக்கு ..
வெப்பநிலத்துப் பாறைகளில்
வளரும் மீன்கள்
திசை தப்பிய மேகத்தை
தின்பதாய் இருந்தது
மீதமிருக்கும்
ஜெபிக்கப்பட்ட அப்பமென
இந்த நன்நாளின் பிறை
இமைகள்
சோழிகள் உருளும் மேடையென
ஒரு நிற்காத
கலைடாஸ்கோப்பின் சுழற்சியை
நிறம் நிறமாய்ச் சுகிக்கிறது
சகி! பூமியின் அடுக்குகளில்
ஒளிந்திருக்கும் விதைகளைத் திறக்கும்
உணரிகளுள்ளவுன் ஈர நாக்கு

நேசமித்ரன்

பிறந்த கன்றை கழுவும் பசுவினுடையது
பிறந்து கொண்டே இருக்கும் இக்கணம்
ரேகைகளில் தூவிகள் வளர்கிறது
நெடுஞ்சமருக்குப்பின் விஷம் தீர
சொஸ்தத் தழைகளின் மீது ஒரு விலங்கு
இழைத்து நசித்து பெற்ற மணம்
இதை
மங்கும் ஓர் நட்சத்திரத்திற்குச் சுடராக்குவோம்
நாம்

பின்னங்களின் பேரசைவு

03 பிரேத சோதனைக்குப் பிறகு
    பஞ்சால் நிரப்பித் தரும்
    கனம் குறைந்த உடல்
    கருப்பையகற்றிப் புணர்ந்த
    ஓரின மணம்
    ஒருமித்து முறிவது ..
    டெய்லர் பறவை
    தன் அலகால் அகல வளரும்
    இலை பிணைத்து
    தைக்கும் கூடு
    பழுத்து
    உதிர்தல்
    உயிர்க் கூழை வழித்தெடுத்தபின்
    சிப்பிகளை மருந்தாலைகளுக்கு
    பொடிக்கத் தருதல்
    ஒரு உறைந்த படகு
    தன்
    குறுக்குக் கட்டைகளை இழந்து
    தொட்டால் சிணுங்கி இலைகளாய்
    கூப்பி ஒடுங்கும் போது
    முளைக்காத ஈறை கண்ணாடி பார்த்து

நேசமித்ரன்

நெல்முனையால் கீறிக் கொள்கிறது
காதலின் நசை
மேலும்
விறைப்பேறிய இசைக் கருவியை
இறுதியிலும் இறுதியாய் மீட்டி
தந்தியை அறுந்து விழச் செய்கிறது
கந்தை அரிந்தபடி

பின்னங்களின் பேரசைவு

04 மெல்லிய கருவறைத்தொலி வழி
சுவாசம் ஊரும்
அரப்பு வாசனைப் பொன்வண்டு
காத்திருப்பின் ஞாபகத்திலிருக்கும்
தசைக் குமிழி
ஒரு புதிய துப்பாக்கியின்
மகத்துவங்களை
பாகம் திறந்து காட்டி
இயக்கும் பாவனையுடன்
கைமாற்றும்
விலகலுள்ள பசி
மீதமிருக்கும் யாசகம்
ஒவ்வொருமுறையும்
சம நிலையடைந்தவுடன்
கவிழ்க்கப் பெறுவனவாகவே
இருந்து விடுகின்றன
தராசின் மேல்நோக்கிய தட்டுகள்
தன் ரோமத்திற்கென்று
வளர்க்கப்படும் மிருகத்தின்
சவரக்குரலாய்
கண்நோய்க்கென பீய்ச்சும்

நேசமித்ரன்

பாலின் கருணை
நிறமற்றது
ஆனால்
எடையற்ற ஒரு
இறுதி நாப்கினின்
பாரத்தை விட்டுச் செல்வது

05 கிழங்குண்ணிகளின் பற்கள்
உதிரத் துவங்கும் நாளில்
குளம்புகளின் பிளவுகளில்
மண் சாந்து குறைகிறது
பிரசவக் கழிவுகள் தொங்கும்
பனையோலைப் பெட்டிகளுக்கு
காவுகிற நாய்கள்
ஆதியின் பெருமாரி நாளில்
ஈரல் குளிர்ந்தன
அன்றுதான்
எவரும் புதைக்கப்படாத
நிலத்தில் பிறந்த
தொப்பூல் கொடியற்றவர்கள்
தம் தெய்வத்தை ஈன்றனர்
கழுகுகளின் சாநிலம்
அறிதலல்ல
மருத்துவன் தன்
மரணமுணர்தல்
தந்தம் என்பது நீண்ட பல்
மறதி இன்னொரு ஞாபகம்
பனிச்சரிவுப் பிரேதங்களின்

நேசமித்ரன்

ஆடைகள் நிறம் மாறுவதே இல்லை
மீண்டும் யாரோ ஒரு சிற்பத்தை
மண் ஊன்றுகிறார்கள்
எங்கோ சூரியனைச் சல்லித்து
நிலம் மெழுகும்
சடைமரத்து
சிறுதெய்வத்தின் சூல் ஆயுதம்
தன் மைய இதழிலிருந்து கசிவிக்கும்
துருவுக்கு நாவு தருகிறவள்
மென்ற மண் தெரிக்கத் தெரிக்க
சன்னத வாக்குரைக்கிறாள்

06 பலிக்கு நேர்ச்சையுள்ள பிராணியை
கொஞ்சிக் கொண்டிருக்கும்
குழந்தை இந்தக் கணம்
அகதி ஒரு புதிய தேசத்தை
அடையும் போது
தனக்கான தேசியப் பறவையை
தனக்கான தேசத் தந்தையை
பாதுகாக்க வேண்டிய புதிய விலங்கை
புதிய வரலாற்றின் பழைய சின்னங்களை
சிருஷ்டிப்பதாய்
எழுதிய மச்சத்தைத் தீய்த்து
ஒரு புதிய தழும்பை உருவாக்குவது
ஒரு செல்லப் பெயருக்கு
திரும்புவதில் இருந்து
மறதியைப் பழக்குவது
அருவியின் கீழ் நின்று
விடாயுதிரம் இறங்கும்போது
பரவும் சிவப்புக்கு
ஓர் பெயரை நினைத்துக் கொள்வதும்
பனிப்பெட்டிக்குள் விறைத்திருக்கும்
மீனின் கண்
நினைவிருக்கும் உறுப்பின் துவாரம்
கூடவே கொடித்தோடைப் பழத்தின்

நேசமித்ரன்

வாசனை
தீக்காய்ந்த பறை நிறங்கொண்ட
பாகத்தில் அணைத்த நட்சத்திரமொத்து
மின்னும் ஸாப்போ*வின் சொல்
அந்த மச்சம்
பிரார்த்தனை முடிந்த
பேராலயத்தின் மெழுகு மேடை
உன் மயிற்கூச்செரிவு
தொண்டைக்குழியில் நிலா
தூண்டில் முள்ளாய் இறங்கியிருக்கும்
இப்போதில் கேட்கும்
சாம்பலைக் கரைக்கும் போது
எலும்பு விழும் சப்தம்
இறுதியிலும் இறுதியான சொல்
ஓர்மையுடன்
ஒரு மண் புழுவை செலுத்திக் கொள்வது
போதுமானதாய் இருக்கிறது

பின்னங்களின் பேரசைவு

07 ஆகாயம் செதிலுரித்துக் கொண்டிருக்கும்
மழையிரவில்
பெண்ணாய்த் தன்னை
பிரசவித்துக் கொண்டிருப்பவளின்
ரோமம் உதிர்ந்த படுக்கையை
பகிரப் பெற்றேன்
நரம்புகளற்ற இலைகளின்
வாசனையுடன்
கனி மீறிய முந்திரி விதையின்
நளினம்
ஓடுகளின் கீழ் உயிர்த்திருக்கும்
உடலிகளின் வெதுப்புடன்
துடித்திருந்தது
கோடைகாலத்தில் உயரும்
கடல்கள் காணும் பருவத்தின்
முதல் பௌர்ணமி
கூண்டு மிருகத்துடன்
கண்டம் கடந்து சேர்ப்பித்த
இணையின் இரவு
ஒளிச்சூட்டில் வளரும் இறைச்சிக் கோழிகளின்
தடித்த கால்களால் ஆன கடிகாரம்
சக்கரங்களற்ற பனிச்சறுக்கு வண்டிகள்
இழுக்கும் பழக்கப்படாத பிராணிகளால்

ஒரு கருக்காலத்தை
கடந்திருக்கிறது
கொத்திக் கொத்தி உடையும் முட்டைகள்
பனிக்காலத்துச் சூரியவொளியில்
சருமம் எரிகின்றன
எங்கோ ஒரு பாலிலி
கடற்பஞ்சு
தன்னைத் தானே சுவைக்கையில்
ஒரு மணற்துகளை தன்
உமிழ்நீரால் வனைந்து வளர்க்கும்
சிப்பியின் மீது
சின்னஞ்சிறு பவளப்பூச்சி
ஊர்ந்து பார்க்கிறது
திசை தப்பிய ஆந்தை
தைலச்சித்திரத்தின் அருகே
வெளவால்கள் பாலூட்டும்
மற்றுமொரு இரவுக்காய் காத்திருக்கின்றன.

52

சீசாப் பலகையின்
மை
ய
த்
தி
ல்
வீழ்ந்த பூ
இன்னும்
கிளை ஞாபகத்திலிருக்கிறது

53

இன்று அடித்தது
தொட்டாஞ் சிணுங்கிகளுக்கான
வெய்யில்
அதிலும்
இந்த அந்தி
நோய் சுடும் நெற்றியில்
பாதி உறங்கியபடி உணர்ந்த
உதடுகளின் வெப்பம்

54

உன் அன்பு
பார்வையற்ற பறவையின்
வான்பறத்தலுக்குப் பின்
அதன்
ஞாபகத்தில் உறைந்திருக்கும்
நீர்ச்சுனை

நேசமித்ரன்

55

எவ்வளவு எடுத்தாலும்
தாங்க முடிகிறது
கொடுத்தால்தான்
தாள இயல்வதில்லை
வானமும் அன்பும்

56

நெடுநாள் சூதாடி
எண்களை கடவுளென நம்புவதாய்
ஒருவன்
கடிகாரத்தின் எண்களை
ஜெபமாலையாய் உருட்டித் தியானிக்கும் போது
பிசாசுகள்
அவனை தத்தெடுத்துக் கொள்கிறார்கள்

57

வழிப்போக்குப் பறவைகள்
துப்பிய போதெல்லாம்
ஒரு புதிய தருவை
பிறப்பித்துத் தந்திருக்கிறது
என் நிலம்
இம்முறை ஆல விதை
போய் வா பறவையே!
இடி கொத்தித் திறந்த பள்ளம்
திறந்தே இருக்கிறது

58

இடங்களில்
விரும்பி ஒளிகிற
குழந்தைகளை ஒத்திருக்கிறது
மனது
சாகசங்கள் தேவைப்படாத
அன்பின் பதநிலை
மேய்ச்சலுக்கு உவப்பில்லாத
சமவெளித் தாவரத்தின் இலையில்
சிறகு தாழ்த்தி இருக்கும்
ஒரு தட்டான்
சிலையற்ற கைவிடப்பட்ட
கோவிலின்
கரிக்கோட்டு ஆர்டின் அம்புகளெழுதிய
கருவறையில்
ஆறேழு குட்டிகளுக்கு
முலையூட்டிக் கொண்டிருக்கிறது
நாய்
ஒரு சைக்கிள் கேரியரில்
அடுக்கப்பட்ட
ஆட்டுத்தோல்கள் சொட்ட
ஊர் கடக்கும் வழிப்போக்கன் உதட்டில்
பாடலாகிப் பனியில் கலக்கின்றன
நம் துயரத்தின் பாவனைகள்

59

அறுத்துத் தேக்கிய உதிரம்
பாண்டத்தில் கட்டும் ஆடை
மிகையன்பின் பிரிவில்
நீ
தூற்றும்
அலர் செய்யும்
வலி

60

தேவாலயத்தின்
பாதி எரிந்த மெழுகை
ஏற்றுகிறது
ஏதுமற்ற
மற்றுமோர் கரத்தின்
பிரார்த்தனை
பேழைக்குள் உறங்குகிறது
தைலமிட்ட உடல்
யுகங்கடந்து தீண்டும்
கருந்துளை சூரியனுக்கு

61

தலைப்பிரட்டைகள் வளர்ந்து
தரையிலும்
ஆமைக்குஞ்சுகளை
கடலிலும்
காண்கையில் நீ அதிசயிக்காதே
அவற்றின் அவயங்கள்
அவ்விதமே தகவமைந்தவை
அக்கணத்திற்காகவே
தவித்துப் பிரார்த்தித்தன.

62

சற்றைக்கு முன்
எடையிழந்த படகு
நடுக்குளத்தில்

63

அன்பு
காற்றில் மிதக்கும் உதடு
இவ்வண்ணத்துப்பூச்சி
சிறகசைப்பில்
மூச்சுதோறும் முத்தமிடும்

64 அங்கனமே ஆகுக ஆமென்!

அந்தி நரைத்தபின்
தன் குஞ்சுகளை எண்ணி
பதறிப் பிறழும்
பின்நவீனப் பறவைகள்
அந்தியில்
ஆன்மீக வாசனை கொண்டு
பிரசாதத் தட்டுக்களை
சுற்றி வருவது புதிதல்ல
புனுகு விற்றவர்கள்
பாம்பு எண்ணெய்
வாதமுடக்கி விற்றவர்கள்
இன்று
ஆன்மிக ஆணுறைகளை
போக்குவரத்து சிக்னல் இடைவெளிகளில்
விற்பது துயரார்ந்ததுதான்
ஆனால்
வரலாறு அப்படித்தான்
இருந்து வந்திருக்கிறது
அந்தப் பறவைகள்
அவ்வப்போது
தம் இருப்பைக் கவனப் படுத்த

நேசமித்ரன்

வழிப் போக்கர் தலைகொத்துவதும்
'இதுவுமது' அல்லது 'அதுவுமிது'
சர்க்கசில் பிறந்த கிளி
கிளி போலவே இல்லை என்று
அலுத்துக் கொள்ளாதிரு
சானல்கள் வழங்கும்
கூண்டுக்கம்பிகளில்
உறங்கிப் பழகிய
அவற்றின் நாவுகள்
மனித எச்சில் சுரப்பவை
கூடவே நண்ப!
நீ கல்லறைவாசிகளோடு மட்டும்
வாழ்வதை
மறுபரிசீலனை செய்
உலகம்
அதற்குப் பின்பும் சுழன்று
சூரிய முதுகைப் பார்த்திருக்கிறது
உண்மையில்
அந்த நூற்றாண்டு முடிந்து விட்டது.
- இருத்தலியல் ஆகமத்தின் இல்லாத பக்கங்களில் இருந்து

பின்னங்களின் பேரசைவு

65

மழை
ஒரு கையில் குடையும்
மறு கையால்
சக்கர நாற்காலியை
உன்னி நகர்த்தியபடியும்
ஊர்பவனை
சைரன் அலறும் மகிழ்வுந்தில்
அமர்ந்தபடி துரத்துகிறார்
விதியின் கடவுள்

66 க்ளிஷே

பாசி மீது வழுக்கும் நிலா
நட்சத்திரங்கள் பழுத்த பருக்களாய்
குளத்தை அசைக்கிறது
பாஷோவின் தவளை

67

பவளமல்லி மரத்தின் இரவு
இரண்டு சிலம்புகள்
இரண்டிலும் மாணிக்கப் பரல்கள்
சூரியனை எதிர்கொள்வதில்தான்
சிக்கல்

68

தக்கை அசைவதை
காணாது
மெய்மறந்திருக்கிறாய்
செவுள்களில்
உதிரம் கசிகிறது
சுண்டியெடு
துரிதம்
இந்த நிறத்தில்
இவ்விடம்
எனைக் காண்பது
அவமானம்

69

நிலவின் நீர்ப் பாதை
தத்தும் மகனின்
நடைவண்டி நகர்ந்த தடம்
உப்புப் பாரித்திருக்கிறது
ஊர் சென்றவள்
விடியலில்
திரும்பக் கூடும்

நேசமித்ரன்

70

தனிச் சிறையில்
கசியும்
ஒளிக் கற்றையில்
வாள் பயிலும் கரம்
உனது
பார்வைகளுக்கு வாய்த்திருந்தது

பின்னங்களின் பேரசைவு

71

இவ்வளவு மழையையும்
சல்லித்து சல்லித்து
எஞ்சியதை
நட்சத்திரமாய்
ஒட்டி வைத்துக் கொள்கிறது
வானம்

72

இரவை
ஒரு குருகின்
குரல்வளையிலிருந்து
ஒலியால் விரட்டுகிறான்
மறுசிமிட்டலுக்குக் காத்திருக்கிறது
நிலா
தூளி எந்தத் திடுக்கிடலும் அற்று
பூமி சுழல்வதாய்
இயல்பாய் அசைகிறது

73

வண்ணத்துப் பூச்சிகளுக்கு
உப்பு போதாதபோது
முதலைகளை மொய்க்கும்
பேச்சினூடே முத்தமிடும்
நட்சத்திரங்கள் அணைந்து
எரிகின்றன

74

பிரிவு
ஞாபகங்களின்
சந்திப்பிழை

75

ஒரு மலைச்சுனையின் வேர்கள்
தீண்டும் நீரோட்டம்
உன்
முதல் முத்தம் கடந்து வந்த
வெட்கத்தின் ரகசிய தூரம்

76

கிட்டும்வரை பிரம்மாண்டமாய்
உதடு பதித்ததும்
ஒளிபோல கரைவதுமாய்
அன்பின் நற்கணங்கள்
சிறுத்த
பஞ்சு மிட்டாய் வாழ்க்கை

77 யுதிஷ்டிரனின் நாய்

இந்த அன்பு
சுமக்கும்வரை
நரகம்தான் திறக்கும்
தெரிந்தே
யாத்திரை தொடர்கிறது

78

கூண்டில் பிறந்த புலியின்
நினைவில்
எந்தக் காடு இருக்கும்?

79 பார்வை

யார் எலும்பில் செய்த
பகடைகள் இவை?
நீயே ஜெயிக்கும்
நட்சத்திரங்கள் சுழன்று
உடைந்த எண்களாய்
விழும் குளத்தில்
கிளைமேலிருந்து
சொட்டிக் கொண்டிருக்கிறது
வெருகு உண்ணும்
இரையின் உதிரம்

80

நிலா உன் திமில்
நட்சத்திரங்கள்
நம் உப்பளத்து நீர்க்குமிழ்கள்
ஒளி முத்தமிடும் மீன்குஞ்சு
நம் காமம்

81

துய்ய வெய்யில் மந்தமாகும்
இளந்தூறல் மேகம் குழைய
பையப் பைய நடந்து வரும்
மகன் முன் மண்டியிட்டு
உயரம் குறைந்து
கை நீண்ட தகப்பன்
கொடைக்கு உவந்திறங்கிய
குல மூதாயின் கனிதலுடன்
இருக்கிறான்
தாயோ
மாரிநாளின் ஆலங்கிளைகள்
பழுத்த இலைகள் மின்னும்
ஆயிரம் இமைகளோடு
உயிர் பொசிந்திருக்கிறாள்
இட்லிப்பூப் பாதங்கள்
ஸ்டெதஸ்கோப்பாகி பூமியை
நலம் விசாரித்தபடி நகர்கின்றன

82

திரும்பாமலிருப்பது
ஏதோ ஒரு தருணம் வரை
வைராக்கியமாய் இருந்தது
பிறகு
அது திரும்புதலின்
பெரும் பாரத்திற்கு அஞ்சியபடி
இருந்ததைப் புரிந்துணர்ந்தேன்

83

மழைக்காலத்தின்
ஜன்னல் கண்ணாடிகளைத் தொடுவது
காற்றின்
சருமத்தைத் தீண்டுவது
துளிகளால்
சிலிர்த்துக் கொண்டே இருக்கிறது
பிரபஞ்சம்

84

பாதம் குடித்த வெய்யில்
கூந்தலில் உலர்ந்த மேகம்
முத்தத்தில் மணந்த மஞ்சள்
சொடக்கு சப்தத்துடன் மௌனித்த தழுவல்
ஆம்!
நன்னாள் வாழ்த்துகள்
எப்போதாவது
பலித்தும் விடுகின்றன சின்ட்ரெல்லா!

85

இரவுகளில்
கோரைக் கிழங்குகளின் தொலி
அடர்கிறது
சிரியாநங்கை
இன்னும் கசப்பேறுகிறாள்
வளர்ப்பு முனியின் கும்பி
நிறையாமல் அனக்கம் கூடுகிறது
மயிலிறகால் பாதை விலக்கி நகர
கடக்கும் திகம்பரர்களை
ஒளிர நனைக்கிறது மழை.
கூதிர்அடர்ந்து
வீட்டுப் பறவைகள்
சுவரோடு ஒண்டுகின்றன
பவழமல்லி உதிர்வு கனக்கிறது
குழிமுயல் இன்னும் ஆழத்தோண்டுகிறது
தன் வளையை
திக்கித் திக்கிப் பேசுகிறது
விடிவெள்ளி
முண்டுத் தவளை அமர்ந்திருக்கும்
தாமரை இலையின் ரேகைகளில்
அவ்வளவு தெளிவில்லை

86

இறந்தவர்களின்
ஆடைகள் போல்
எரிக்கப்படுவதில்லை
மரங்கள்
தங்கள் கோடைகால ஆடைகளை
இலையுதிர்காலத்தில்
பூமிக்கு
திருப்பித் தந்து விடுகின்றன

87 இரயில் முன்பதிவற்றவனின் குறிப்புகள்

விழாக்காலப் பெட்டியில்
நீர்வராத கழிப்பறையில்
இடம் வாய்த்தவன்
கால் கீழே யாரோ
உபயோகித்து
மறதியில் விட்டுச்சென்றிருக்கும்
நாப்கின்
கூடவே சொட்டியிருக்கும்
இரண்டு மூன்று காய்ந்த உதிரத் துளிகள்
கூட்டம் குறைந்த போது
கிடைத்த ஜன்னல் வெளியே
மணல் குதறிய பள்ளங்கள் நிரம்பிய மழை
ஒரு புதைந்த மஞ்சள் ஜேசிபியுடன்
முன்னாள் நதி
நிறுத்தமற்ற இடத்தில் சமிக்ஞைக்காய்
ரயில் காத்திருந்த போது
ஊனமுற்ற பாகம் காட்டி
இடம் கேட்டார் திருநங்கை
தாழப் பறந்தபடி புணரும் தட்டான்கள்
அலைந்த பாலத்தின் அடியில்
சீட்டாடிக் கொண்டிருந்தனர் மூவர்

நேசமித்ரன்

ஊடல் முறித்துக் கொண்டிருந்தன
மேலே மேகங்கள்
கதவோரம் செய்தித்தாள் விரித்த
தரைப்பயணத்தில்
எழுப்பி தீப்பெட்டி கேட்ட இளைஞன்
கழிப்பறையிலிருந்து வெளியேறி இருந்தான்
விந்து வாசனையைத் தவிர்க்க
நானும்
புகைக்க வேண்டியதாயிற்று

88

உப்பு சுமக்கும் ஒட்டகங்கள்
அன்பின் பாரம் ஏறிய நாளின்
நொடி முட்கள்
துதிக்கை அசைய காதுகளில்
ராட்சசப் பட்டுப் பூச்சி சிறகடிக்க
வயிற்றின் கீழ் கனவிலிருக்கிறான் பாகன்
கடலில் எறிந்த
மந்திரக் கோலை
முத்துகிறது இரையென்று
நம்பிய மீன்
வானுள் நுழைந்து மீள்கிறது
குழந்தையின் கரம்
பத்து புன்னகைகளுக்கு
ஒரு பவுன் மதிப்பு
இருபது முத்தங்களுக்கு
ஒரு பாவ மன்னிப்பு
ஒரு அழுகை கூடிய மென் அணைப்புக்கு
துரோகத்திலிருந்து விடுதலை
யானையின் நிழலில் உறங்கும்
பாகனின் கையில் அங்குசமாய்
இருந்தது நிஜத்தில்

நேசமித்ரன்

அந்த மந்திரக் கோல்
உப்பு நிலத்தின் கானல்
ஏன் இவ்வளவு அடர்த்தியாய்
தோன்றுகிறது?

பின்னங்களின் பேரசைவு

குயவனின் ரேகைகள் ஒளிந்துள்ள பாண்டம்

மிக அணுக்கமான தருணங்களை, தார்மீக சினத்தை, சிமிழுடைந்த தீவிரத்தை நானறிந்த சொற்களில் நம்புகிற விதத்தில் மொழிப் படுத்துகிறேன். அதற்கு மேல் எந்தக் கோரல்களும் தகுதிகளும் என்னிடத்தில் இல்லை. இந்தச் சொற்களின் ஆயுள் என்னிலும் மூத்தவை கூடவே பல்லாண்டு இளையவை. அந்த ப்ரக்ஞை உண்டு. இருப்பின் பிதற்றல்கள் பேசத் துவங்கி முற்போக்கும் மோகமும் மேலெழ எழுதி, வாழ்வின் எதிர்கொள்ளவியலா திகைப்பும் தகிப்பும் உணர்ந்து, ஒவ்வொரு வினைக்கும் வலிக்கும் பின்னுள்ள சர்வ தேச அரசியலும் பிரபஞ்ச அறிவியலும் கொஞ்சம் பயின்று, மொழியை திக்கித் திக்கி அறிந்து அதன் நெடுவரலாற்றை சொற்பமாய்ப் புரிந்து, விளிம்பிலும் விளிம்பாய் எச்சத்திலும் எச்சச் சத்தாய் வாழ்ந்து கொண்டிருப்பதுணர்ந்து, நிலத்தின் சாரத்தை நிகழ்வாழிகளின் நீச்சத் துயரை சொற்களில் எழுத விழைந்து, உலகத்தின் நிரந்தர வர்க்க பேதங்களுக்கு, நார்சிச பாசிச ஏகாதிபத்தியத்திற்கு உட்பட்ட எளியதோர் சாமானியனின் குடிமகனின் நுண் உயிரியின் எதிர்ச்சலனமாய் வலசையும் என் மீச்சிறு எழுத்துச் செயல்பாடும் இருந்து வருகிறது. இனியும் இருக்கக் கூடும். சகல பலகீனங்களும் இன்னும் இவ்வுலகின் நுட்பங்கள் பயிலாத கார்ப்பரேட் யுகத்தின் இறுதிவரிசையில், இந்த சிற்றிதழாளனின், பிறழ்ந்த கவிஞனின், தோற்ற சர்க்கஸ் கோமாளியின் செயல்பாடுகளுக்குப் பெறுமதி இருப்பதாய் நம்பி இவ்வாழ்வு நகர்ந்து கொண்டு இருக்கிறது.

நேசமித்ரன்

ஆசிரியர் குறிப்பு

நேசமித்ரன் என்ற புனைப்பெயரில் எழுதி வரும் திரு.ராம்சங்கர் திண்டுக்கல்லைச் சேர்ந்தவர். கவிஞர், புனைகதை எழுத்தாளர், மற்றும் மொழிபெயர்ப்பாளர். பெரும்பாலான இவரது படைப்புகள் பெண்ணியம் குறித்தும் நவீன இந்திய சமூகக் கலாச்சாரத்தின் மீதான அறிவியலின் தாக்கம் குறித்தும் படிமங்களின் வழி உரையாடுபவை. இவரது முதல் கவிதைத் தொகுப்பான 'கார்ட்டூன் பொம்மைக்குக் குரல் கொடுப்பவள்' 2010 உயிர்மை பதிப்பகத்தாரால் வெளியிடப்பட்டது. இரண்டாவது கவிதைத் தொகுதி 'மண்புழுவின் நான்காவது இதயம்'. 'உதிரிகளின் நீலப்படம்' எனும் விமர்சனக் கட்டுரைகளின் தொகுப்பு 2013ல் வலசை பதிப்பகத்தின் வெளியீடுகள். ஜெல்லி மீன்கள் கரையொதுங்கும் கடல் இவரது மூன்றாவது கவிதைத் தொகுப்பு. மேகா பதிப்பகத்தால் 2015ஆம் ஆண்டு வெளியிடப்பட்டது

2010ல் நிறுவிய வலசை என்ற சிற்றிதழின் ஆசிரியர். மூன்றாம் பாலினம், குழந்தைகளின் அக உலகம், மரணம் என வெவ்வேறு பிரச்சினைப்பாடுகளைப் பேசிய வலசையில் வெளியான நவீனச் சிறுகதைகளைத் தொகுத்து இரண்டு பிக்சல் குறைவான கடவுள் என்றொரு சிறுகதைத் தொகுப்பையும் வெளியிட்டுள்ளார். இவரது கவிதைகள் உலகளாவிய நல்லிணக்கம் மற்றும் அமைதிக்காக (Global harmony and peace) திரு. மதன்காந்தி தொகுத்த அனைத்துலக தொகை நூலொன்றில் இடம் பெற்றிருக்கிறது. இவரது கவிதைகள் மொழிபெயர்ப்பாளர் கவிஞர் ரிஷி (லதா ராமக்ருஷ்ணன்) மொழிபெயர்ப்பில் 'Muse India' இதழில் வெளிவந்திருக்கின்றன. இவரது மூன்றாவது கவிதைத் தொகுதி 2016ஆம் ஆண்டிற்கான 'களம் புதிது விருது' இவருக்கு வழங்கப்பட்டிருக்கிறது. இவரது சமீபத்திய நான்கு கவிதைத் தொகுப்புகள் ஸீரோ டிகிரி பப்ளிசிங் பதிப்பகத்தாரால் வெளியிடப்படுகின்றன.

1. துடிக்கூத்து
2. நன்னயம்
3. பின்னங்களின் பேரசைவு
4. அயல் மகரந்தச் சேர்க்கை